Ta Về Ta Tắm Ao Ta
To Swim in Our Own Pond
A Book of Vietnamese Proverbs

Collected and Translated by Ngoc-Dung Tran
Illustrated by Xuan-Quang Dang

Arcadia, California

Author's Note

I have loved my native tongue since the time I was a child rocked to sleep by my mother. In gentle songs she would creatively combine proverbs with rhymes and sing them until my brother and I fell fast asleep. In this book I am reviving some of those lines. Others are from a collection of over ten thousand proverbs Van-Ngoc Nguyen put together in the early 20th century.

Vietnamese proverbs usually follow two styles. One style has neither rhyme nor central character, such as "*Năng đi đêm có ngày gặp ma.*" Another style has two parts. The last word of the first phrase must rhyme with the first word of the second phrase, for instance, "*Quỷ tha ra, ma bắt lấy.*"

In daily activities, "*Cái nết đánh chết cái đẹp*" can be heard from the mouth of a mother who yells at her daughter who is spending too much time on make-up. Or, "*Măng không uốn, tre già nổ đốt.*" can be heard from a grandfather advising his son how to raise his child. Proverbs are also a means to express the notion of fairness or passion, as in "*Xay lúa thì khỏi bồng em*" and "*Yêu người yêu cả đường đi.*" They can create a strong bond that ties the Vietnamese to their homeland. There are numerous adages denoting patriotism, love, and customs as evidenced in this book.

Every Vietnamese proverb in this book has an English equivalent; however, the way of looking at things is oftentimes uniquely Vietnamese. For example, "*Sai con toán, bán con trâu*"—If you add up wrong, you may have to sell the water buffalo. Being an agricultural country, the water buffalo is loved and highly valued in Vietnam. It symbolizes the cultural ideals of perseverance, diligence, kind-heartedness, and efficiency.

This bilingual book is arranged in alphabetical order according to the Vietnamese text. The fact that no Vietnamese words start with F, J, W, or Z leads to a total of only 22 proverbs. Each of them has been illustrated in a way that captures the scenes and people of Vietnam that are still dear and fondly remembered. I hope the reader will be as amazed as I am to find the many similarities between Eastern and Western cultures, and thereby gain an insight into the rich literary heritage of Vietnam.

Lời Phi Lộ

Tôi yêu tiếng nước tôi từ lúc còn nằm nôi. Những câu tục-ngữ do mẹ tôi góp nhặt thành vần điệu của một bài ca tưởng như bất tận nhẹ nhàng ru anh em chúng tôi vào giấc ngủ thần tiên. Do đó, trong tập sách này, tôi xin ghi lại một số câu hằng in sâu trong ký-ức tôi cùng với một số khác trích từ bộ sưu-tập về tục-ngữ của học-giả Nguyễn Văn Ngọc được xuất bản từ đầu thế-kỷ 20.

Tục-ngữ Việt Nam thường có hai thể loại. Loại thứ nhất nói theo lối bình dân ít có vần điệu như *Năng đi đêm có ngày gặp ma*. Loại thứ hai có hai vế đối nhau, và đòi hỏi sự hợp vần chặt-chẽ hơn, như *Quỷ tha ra, ma bắt lấy*.

Tục-ngữ được nghe dùng rất nhiều trong cuộc sống hàng ngày. Chẳng hạn, một bà mẹ mắng con gái mãi lo việc trau chuốt dung nhan bằng câu *Cái nết đánh chết cái đẹp*. Hoặc ông nội nhắc nhở con phải răn dạy cháu mình rằng *Măng không uốn, tre già nổ đốt*. Tục-ngữ là "triết lý" sống của người bình dân để nói lên ý-niệm về sự công-bằng *Xay lúa thì khỏi bồng em* hay bày tỏ tình-cảm chan chứa *Yêu người yêu cả đường đi*. Tục-ngữ còn là một sợi dây vô hình nhưng có thể gắn con người Việt Nam liền với quê hương đất nước. Do vậy, trong tục-ngữ có vô số câu nói lên nếp sống hoặc tình yêu, phong-tục Việt Nam như những câu tiêu-biểu trong sách.

Tuy các câu tục-ngữ được chọn lọc trong sách này đều có câu tương đương với tiếng Anh, nhưng vì với nhãn quan riêng, nên tất cả vẫn mang sắc-thái Việt Nam. Chẳng hạn như *Sai con toán, bán con trâu* phản-ảnh lối suy nghĩ của người dân một nước nông nghiệp. Người Việt rất thương và rất quý con trâu bởi những đức-tính của nó là biểu-tượng cho sự cần-cù, tánh nhẫn-nại, tấm lòng hiền lành và sức làm việc rất hiệu-quả của người Việt.

Những câu tục-ngữ này được xếp theo vần A, B, C tiếng Việt. Vì vậy không có những câu bắt đầu bằng F, J, W, hay Z, nên tổng cộng chỉ có 22 câu. Mỗi một câu đều có tranh minh-hoạ cho lối ví và ẩn dụ theo cách nghĩ của người Việt. Thiết tưởng quý độc-giả sẽ thích-thú khi thấy rằng dù hai nền văn-hoá đông tây tuy cách xa, nhưng vẫn có những nét tương đồng, để từ đó có thể thấu hiểu một cách sâu-sắc phong cách diễn đạt tư-duy của người Việt qua mỗi câu tục-ngữ.

Dedication

To the memory of my mother and father
— N.D.T. —

To all the children who love Vietnam
— X.Q.D. —

Beggars ask for balsam-flavored sweet rice.

Beggars can't be choosers.

**Even with two hands,
one cannot catch two fish at one time.**

Don't spread yourself too thin.

Good personality supercedes beauty.

Beauty is only skin deep.

With Buddha, one wears a monk frock;
with a ghost, one wears a paper cloak.

There's a manner for everyone.

You can press nuts to get oil, but you can't force a marriage when there is no love.

You can lead a horse to water, but cannot make him drink.

**Near the ink, one is stained black;
near the lamp, one is illuminated.**

He who keeps company with wolves will learn to howl.

Hữu xạ tự nhiên hương.

Sweet scent naturally wafts the air with fragrance.

It is not necessary to gild the lily.

Im lặng là vàng, nói ra là bạc.

Silence is gold, words are silver.

Silence is golden.

Kiến tha lâu đầy tổ.

**Working persistently,
ants can fill the nest with food.**

One beaver can fell a hundred trees.

Liệu cơm mà gắp mắm ra, liệu của liệu nhà mà gả con vô.

For a portion of fish sauce, one measures the rice; to marry off the daughter, one measures the door.

Cut your coat according to your cloth.

Măng không uốn, tre già nổ đốt.

**If bamboo is not shaped when young,
it will explode when old.**

You can't teach an old dog new tricks.

Năng đi đêm có ngày gặp ma.

**Traveling frequently at night,
one may encounter ghosts.**

He who looks for trouble, finds it.

One forgets his benefactor quickly,
but remembers his enemy forever.

A kindness is soon forgotten.

You will have nothing for ten lives,
if all heaven's gifts are wasted.

Waste not, want not.

The devil lets go, but ghosts take you back.

Things go from bad to worse.

Rau nào sâu nấy.

Every vegetable has its own caterpillar.

Like father like son.

**If you add up wrong,
you may have to sell the water buffalo.**

Today's small mistake, tomorrow's great sorrow.

**Let's go home to swim in our own pond.
Clear or muddy, our pond is always better.**

Be it ever so humble, there's no place like home.

Drinking water, one has to remember the source.

Don't throw dirt into the fountain where you drink.

**When the husband is away, the house is hushed;
when the wife is away, the kitchen is hushed.**

Man makes the house, woman makes the home.

**When hulling rice,
one cannot carry one's baby sister.**

One cannot be in two places at once.

Loving someone is loving the road to his house.

Love me, love my dog.

Introduction to the Vietnamese Language

An Austro-Asiatic language, Vietnamese is spoken by more than 70 million people who live in Vietnam and two million who live abroad. Despite influences from Cambodia and Thailand, China ruled Vietnam from 111 BC to 939 AD, and left a legacy of Chinese history, philosophy, and literature. A popular writing system—*chữ nôm*—of the 13th century was derived from Chinese characters, and is still used today for ceremonies and traditional greetings. In the 17th century a romanized alphabet was introduced by Alexander de Rhode, a Portuguese missionary. It became the national script—*chữ quốc-ngữ*—and has remained the official written language ever since.

Vietnamese is a tonal language with six tones. The meaning of a word depends on the tone of the voice. The marking above or below a vowel indicates a tone. The word *ma* is a good example of how tone changes the meaning of a word. If *ma* is said with a high tone, it means "ghost"; with a high rising tone, "cheek"; with a low falling tone, "but"; with a low constricted tone, "rice seedling"; a low rising tone, "grave"; and a creaky rising tone means "horse."

There are 12 vowel letters representing 11 vowel sounds, and 17 consonant letters representing 23 consonant sounds. For a simple, two-page pronunciation guide, please send a stamped, self-addressed envelope to Ngoc-Dung Tran, 15232 Clemente Street, Westminster, CA 92683, USA.

Shen's Books, 821 South First Avenue, Arcadia, CA 91006
(800)456-6660
http://www.shens.com
printed in Hong Kong

First Edition
10 9 8 7 6 5 4 3 2 1

Library of Congress Cataloging-in-Publication Data

To swim in our own pond = Ta ve ta tam ao ta : a book of Vietnamese proverbs /
collected and translated by Ngoc-Dung Tran ; illustrated by Xuan-Quang Dang.
p. cm.
English and Vietnamese.
ISBN 1-885008-08-2
1. Proverbs, Vietnamese--Translations into English. I. Tran, Ngoc -Dung.
PN6519.V5T59 1998 398.9'95922--dc21 97-29821 CIP